நெடுஞ்சாலை பறவைகள்

பதிப்பகம்

Nedunjaalai Paravaigal

Edited by Dhatchanamoorthy Gopi

 Special credits to Dr.Niveditha and Dr.Nitin Chopra.

ISBN (Paperback) - 9789390724635

First Edition : 2021

Book Design by POETRY WORLD

நெடுஞ்சாலை பறவைகள்

தலைமை தொகுப்பாளர்

பார்கவி சிவபிரகாஷ்

தொகுப்பாளர்

தட்சணாமூர்த்தி கோபி

நெடுஞ்சாலை பறவைகள்

நல்லுள்ளங்கள் கொண்ட சக எழுத்தாளர்களுக்கு வாழ்த்துக்களும், நன்றிகளும் மற்றும் வாசக பெருமக்களுக்கு மிக்க நன்றி!!!

இறைவனை அடைந்து, இன்றும் அனைவரது இதயத்திலும் வாழும் ஆகச் சிறந்த எழுத்தாளரும், சினிமா துறையில் தனக்கென ஓர் இடத்தை பிடித்த சிறந்த பாடலாசிரியரும், எனக்கு மிகவும் பிடித்த எழுத்தாளரும் ஆன நா.முத்துக்குமார் அவர்களுக்கு சமர்ப்பணமாய் உருவாக்கிய கவிதை திரட்டு தான் "நெடுஞ்சாலை பறவைகள்" புத்தகம்.

என்னை இப் பூவுலகிற்கு அறிமுகப் படுத்திய தாய், தந்தையர்க்கும், ஊக்குவித்த நண்பர்கள், உறவினர்கள் மற்றும் மறைமுகமாக காதலிக்கும் பெண்களுக்கும் பேரன்பும், பிரியங்களும்!!

தலைமை தொகுப்பாளர்

இவள் திருமதி.பார்கவி சிவபிரகாஷ், மஞ்சள் மாநகரமான ஈரோட்டை சேர்ந்தவள். இவள் புனைப்பெயர் "கவியின் கவிதை". கணிதவியல் முதுகலை பட்டம் முடித்தவள். இன்று தன் கனவுகளை முழு மனதோடு ஆர்வமாய் பின் தொடர்கிறாள்.

தனது இன்ஸ்டாகிராம் பக்கத்தில் *(@kaviyinkavithai)* ஏறத்தாழ **2500**க்கும் மேற்பட்ட குறுங்கவிதைகள், நீள்கவிதைகள் பல புனைந்துள்ளார். ***Spectrum of thoughts***ல் இணை எழுத்தாளராகவும், தன் முதல் கவிதை திரட்டான "*Enticement of fondness*/காதலின் தாகங்கள்" தொகுத்துள்ளார். இப்பொழுது ***Poetry World Organisation***ல் தலைமை தொகுப்பாளராய் பல கவிதை திரட்டினை வழங்கி வருகிறார்.

பாதை சேரா மனம்

நீ நிச்சயம்

எனை சேர்வாய்

எனும் நம்பிக்கையுற்றே

எனைவிட்டு நீ தூரம்

செல்லும் பாதையையே

வெறித்து காண்கிறேன்..

நீ தவறுதலாய் கூட

எனை சேரும் எண்ணம்

எழாதவாறு வெகுதூரம்

செல்கிறாய் எனை

திரும்ப காண விரும்பாது..

கவியின் கவிதை

தொகுப்பாளர்

இவர் தட்சணாமூர்த்தி கோபி, வந்தாரை வாழ வைக்கும் சென்னை மாநகரில் வசிக்கிறார். எழுத்தாளர், கண்ணம்மாவின் காதலன், கவிதை விரும்பி, மென்பொருள் பொறியாளன், தன்னார்வளர், தற்போது புத்தக தொகுப்பாளராக இணைந்துள்ளார். *Your Quote* , முகநூல் மற்றும் படவரி தளங்களில் தனது கவிதைகளை படைத்து பகிர்ந்து கொண்டிருக்கும் ஒரு எழுத்தாளர்.

நெடுஞ்சாலை பறவை

உலகை சுற்றி வா,
அனைவரிடமும் அன்பு செய்.!!
நல்ல விடயங்களை கற்று,
தீய விடயங்களை மற,
பல வித மொழிகள்,
பல வித மனிதர்கள்,
பல வித அனுபவங்கள்,
நீண்ட வாழ்க்கை,
நிரந்தரமில்லா நிமிடங்கள்,
ஆணவம் எதற்கு,
கோபம் எதற்கு,
சிந்தியுங்கள் நண்பர்களே,
சிந்தனைகளை உயர்த்தி,
வானமும் எல்லை இல்லை என
பறந்து, மகிழ்ந்து வாழுங்கள்,
நெடுஞ்சாலை பறவைகளாய்!

தட்சணாமூர்த்தி கோபி

உள்ளடக்கம்

அவளது நினைவுகள்

சிவப்பு குவளையில் இருந்து
தவறி விழுந்த சின்னஞ்சிறு இதழோர சிரிப்புகள்
இடைவேளை இன்றி இடைவெளியோடு பேசிய
பொழுதுகள்
பிரிவினை ஏதும் பார்க்காமல் அன்பை பரிமாறிய
நொடிகள்
அம்பாய் என்னை தாக்கிய அவளின் குறுஞ்செய்திகள்
கைப்பேயின் கைகளில் கைதாகி கிடந்த நாட்கள்
பேனாவுடனும் காகித்துடனும் காதல் கொண்ட
நிமிடங்கள்
காதல் காட்ட காரணங்கள் தேடிய பொழுதுகள்
எம் மொழியிலும் விளக்கவியாளாத ஆனந்த
தருணங்கள்
ஓர் இரு வரியில் பேசும் அவளது வென்பா மொழிகள்
முழுமதியும் வெட்கத்தில் முழுக வைக்கும்
அவளது சின்னஞ்சிறு பாவனைகள்
உவமிக்கயிலாத அவளது உலரல்கள்
என்றும் பொளிவோடு இருக்கும் அவளது தெய்வீக
வதனங்கள்
அதில் வெண்தாமரை மொட்டுப்போல் மலர்ந்த சிவந்த
முகப்பருக்கள்
வாழ்வின் இறுதி வரை என் மனதை விட்டு நீங்காத
அவள் தந்த அழகிய விலைமதிப்பில்லா அவளின்
நினைவுகள்

Kaarthikvel V.S

அழகின் பாதை

ஆழமான கிணற்றில்,

நீளமான கயிரை விட்டு, குளிரான நீரை

எடுத்து, சூடான மேனியை

மென்மையாக

நனையவைத்து, அருமையாக

அலங்கரித்து, அன்பாக பேசி பழகி,

ஆயுளும் முடிந்து,

அழகு அழிந்த உடலை,

நீரில்லா குழியில், மண்ணால் நிரப்பி,

கருங்கல் வைத்து

காணும் போது நடத்தை

தான் வாழ்ந்து

கொண்டிருக்கும்

உயிர் பெற்று, அழகின் உருவம்

இல்லாமல்……

நாமக்கல் செந்தில்

இயற்கையின் சீற்றங்கள்

இயற்கை அன்னை சினமுற்று
சிறிய அலையை சீறிய அலையாக்கி
சின்னஞ்சிறு குழந்தை என்றும்
பாராமல் சிதைத்தாள்
இயற்கை சீற்றத்தின் பின் மிஞ்சிய
பணக்காரன் எப்படியும் இயல்பு நிலைக்கு
திரும்பிவிடுவான்
பாவம் ஏழைதான் சிக்குவான்..
ஏதோ மீதமிருக்கும் மனிதாபிமானம்தான்
இயற்கை சீற்றம் உண்டானாலும் ஏழையைக்
காப்பாற்றும்
ஏன் அம்மா இவ்வளவு கோபம் உனக்கு?
இயற்கையின் சீற்றம் நின்றால் தான்
மனிதனின் ஆட்டம் அதிகமாகிவிடுமே.....
எனக்கு இன்னும் புரியவில்லை
நயவஞ்சகன் அந்த சீற்றத்தை உண்டாக்கும்
இயற்கையா இல்லை
வீணாக ஆட்டம் ஆடும் மனிதனா என்று....

முகவை ப.சிவபிரகதீஷ்

இரவின் மடியில் நெடுந்தூர பயணம்

கனவுகள் துறந்து கண் விழித்து போகும்
வழியெங்கும் புன்னகையில்
பசி ஆற்றுவேன் நெடுஞ்சாலை பறவையாய்....
வானம் எங்கும் வண்ண நிற பட்டாடை
வாசல் தேடி வரும் வாடைக்காற்றுக்கு காத்துக்
கொண்டிருக்கிறேன்
பனியை போக்கும் அனலாய்....
நீண்ட பயணம் நித்தமும் ஒளிருமே
என் கற்பனை காதல் உலகில்..
வண்ண பறவை வானமெங்கும்,
ஜோடி போட்டு செல்லுமே ..
வான் பார்த்த மேகம் காதல் மழை கொட்டுமே...
வழியில் மின்னும் மின்னலும்
குளிரை கொட்டும் மழையில் மரத்தினை தேடும்
வண்ணபறவையாவேன் இரவின் மடியில்...
இரவை முடிவில்லா இரவாக பயணம் செய்வேன்..
தீர்க்க முடியாத நினைவுகளுடன் நெடுந்தூர
பயணத்தில்.....

திலகவதி கண்ணன்

இருட்டில் எது நிழல்?

வாழ்க்கைப்பயணத்தில் தனிமை என்னும் இருட்டில்,
உன்னை ஓவியமாக காட்டுவது உன் நிழலில்..!
பயம் என்னும் இருட்டில் தைரியமாக இருப்பது உன்
நிழல்..!
பதற்றம் என்னும் இருட்டில் நம்பிக்கையோடு வாழ்வது
உன் நிழல்..!
தோல்வி என்னும் இருட்டில் வெற்றி காண்பது உன்
நிழல்..!
துன்பம் என்னும் இருட்டில் மன வலிமை பெறுவது
உன் நிழல்..!
குழப்பம் என்னும் இருட்டில் மனத் தெளிவு பெறுவது
உன் நிழல்..!
அழுகை என்னும் இருட்டில் சமாதனம் அடைவது உன்
நிழல்..!
துயரம் என்னும் இருட்டில் இன்பம் காண்பது உன்
நிழல்..!
உலகமெனும் இருட்டில் பிறர் அன்பை பின்
தொடர்வதும் உன் நிழல்..!
இருட்டில் உள்ளது நிகழ்..! இருட்டில் உள்ளது நிகழ்..!
அடர்ந்த இருட்டில் உன்னுடன் இருந்து கொண்டு
இருப்பதும் உன் நிழல்..!
மன இருளை நீக்கி உன்னுள் உள்ள திறமை என்னும்
நிழலை,
நீ அறிந்தால் இருட்டில் ஏது நிழல்?
என்பதை உன் மனதால் அறிவாயாடா..!

பைந்தமிழ் செல்வி

உதிரா காயங்கள்

சில நிமிடம்
நினைவுகளில்
ஓடம் ஆகினேன்
மனம் அது குளிர...
நானும்
மயங்குகிறேன்
மறுநிமிடம்
யாவும் கானல்நீராக
கண்ணில் மழையாக
கவிழ்ந்தது ஓடம்
சரிந்தது வானம்
புரண்டது உலகம்
நான் மட்டும்
நகராத மாற்றம்
ஆகினேன்

Abinaya

உயிரானவனுக்கு இவளின் எழுத்துக்கள்

தெய்வத்திற்கு ஈடு இணையில்லையாம்....
அந்த தெய்வமே என் தந்தைக்குப் பின் தான்...
உன் பாதம் மீது நடை பழகிய இவளை...
எதிர்கொள்ள தைரியம் தந்தவனும் நீயே....
மகளிடம் இவன் தோல்வியுறுவதே....
இவளின் மாசில்லா புன்னகைக்காக....
எந்தன் பட்டமளிப்பு விழாவில் பட்டமளிப்பு உடை
அணிவித்து...
அவரை பார்க்கும் தருணம்....
முகமெல்லாம் சிரிப்பு எனக்கான சிரிப்பு
ஒரு மகளாய் இதைவிட என்ன பாக்கியம் கிட்டி விட
போகிறது....
பின் நிற்பது தகப்பன் என்றால்....
வானம் கூட எட்டி விடும் தூரமே இவளுக்கு....
இவ்வாறு பயணங்கள் தொடர....
பாசத்தை உள்ளிழுத்து கொண்டு....
உயிரை மட்டும் தாரை வார்த்து விடுகிறான்
மகளின் திருமணத்தில்
தந்தை என்னும் காவியத்தில் மகள் என்பவள்...
பிழையின்றி எழுதும் எழுத்தாணியாகி போகிறாள்....

சரண்யா தேவி குமரவேல்

உன்னுள் நான்

பல நாள் தவிப்பில் உள்ள ஏக்கம்
மிஞ்சி நிற்கும் உன் நினைவினை
உன் கடைக்கண் விழி பார்வையில்
தெளிந்த மொழியில் தேடும் காதலை
நித்தம் தவிர்க்கும் இந்த பேதையின்
மனதில் இன்பங்களை அளித்திட
உன் விரல்களை பற்றும் படி பிடிக்க
ஆறாத வடுவை அரவணைப்பில் தீர்க்க
என் தேகத்தில் உன் தேகம் கலந்திட
உன் இதழால் என் இதழின் சாயத்தை கலைத்து
அனுதினமும் நடக்கும் மோதல்களை
கலைத்திட வேண்டடுமடா உன்
வருகையால் என் வாழ்வு நிறைவுற
என் எதிர்நோக்கி நின்று சொல்
"உனக்குள் நான் இறுதிவரை என்றும்"

மாலதி (விழிகள் பேசும்)

எங்க போன ராசா?

எட்டு வச்சு நான் நடந்து
பத்து நாளுகூட ஆகலையே
சொல்லிட்டு போயிருந்தாலும் என்னன்னு தெரியாத
பச்சபுள்ள எங்கிட்ட பஸ் ஏறி போனனு
பொம்ம வாங்கி வருவனு
சொன்னாலே உன பெத்தவ,
உண்மனு ஊரெல்லா சொன்ன
பட்டின போயிருக்கனு பத்திரமா வத்திடுவனு
பஞ்சு முட்டா வாங்கி யாவனு,
ஏழு கழுத வயசாகி
எத்தனையோ பட்டொ வாங்கி
வந்து சேந்த பாடில்ல
உண்ம சொல்ல யாருமில்ல,
சொன்னதெல்லா
நெனச்சு நெனச்சு நொந்து நான் போரேன
காங்காம எங்க போன ராசா..

ஞாழல்

எட்டி பிடித்த எதார்த்தம்

பொழியும் மழையும்
தீர்ந்து போனது
சுட்டெரிக்கும் வெயிலும்
அடங்கி போனது
சின்னஞ்சிறு சிட்டுக்குருவிகளும்
வண்ணமிகு விலங்குகளும்
ஏக்கங்களை எட்டியுதைத்து
வாழ்வை வண்ணமயமாக்க
மாற்றத்தை எதிர்நோக்கிய
மனிதனின் மனமோ
சிறகில்லாமல் சிறகடித்து
மண்ணை பிளந்து
விண்ணை தொட்டு
எட்டி பிடித்தது அனைத்தையும்
எதார்த்தத்தால்.....

Nithyasri

என் கிராமத்து நினைவுகள்

அப்பா கையை பிடித்து நடந்து
சென்ற சாணம் மொழுகிய வீதிகள்...
நண்பர்களோடு முங்கி குளித்த
வயல் வெளியோற கிணறு...
கயிற்று கட்டலில் படுத்து கொண்டு
கணக்கெடுத்த விண்மீன்கள்...
இரவில் நிலாவை காட்டி
அம்மா ஊட்டிய பருப்பு சாதம்...
நாள் முழுவதும் நான்கு தெருக்களை
என்னுடன் சுற்றி வந்த என் சைக்கிள்...
தென்றல் காற்றில் இயற்கையை
ரசித்த என் நினைவுகள்...
இவையெல்லாம் வாழ்க்கையை நோக்கி ஓடி
வந்த நகரத்து வாழ்க்கையில் கிடைக்கவில்லை...!
பிறந்த மண் கொடுத்த பெரிய சுகங்கள்!

ஷியாம்

என் மகிழ்ச்சி நீ

பேய்களும்

உறங்கிடும்

இரவினில்

எங்கோ

தூரத்தில்

இருந்து உன்

நினைவுகளை

ஏவிவிட்டு

தூங்க விடாமல்

துடிக்க வைக்கும்

உனக்கு..

காதல் என்று

பெயர் சூட்டி

மகிழ்கிறேன்

நான்...

Achumma Quotes

என்றும் நீயே

நான் கண்ட அந்த ஒரு முகம் தாயாக!
காணத் தவிக்குது என் மனம் குழந்தையாக!
உன்னோடு நான் கழித்த அந்த நாட்கள்;
காதலுக்கு இலக்கணம் வகுத்த தருணங்கள்;
உன்னைக் கண்ட நாளே முடிவு செய்தேன்
காலமும் விட்டு விட கூடாதென்று
காவியம் படைக்காமல் நின்றுவிட கூடாதென்று
என் வார்த்தைகள் சிரிப்பூட்டலாம் மற்றவர்க்கு
என் வாக்குகள் புரியும் என்னவளே உனக்கு
தாளி கட்டி தன்னுடையவள் என்ற
நம்பிக்கை வைத்த காலம் போயாச்சு
மனதால் பற்றிக் கொண்டோரின்
வரலாற்றை பேசும் காலம் வந்தாச்சு
பேரன்புக்கு நீயே அர்த்தம்..!
என்னுடைய பேரன்புக்கு உரியவளும்
நீயே என்பது எதார்த்தம்
பேரன்புடன் உன்னவன்..!

கு.நந்தகுமார்

என்னவளே

பெண்மணியே!

ஒரு குளிரான இரவில்,

முதல் முறையாக நிலவை ரசித்து கவிதை

எழுதலாம் என்று நினைத்தேன்...!

அதை எழுத நினைக்கும் போது

தாள்களில் உன்னை கற்பனையாக

கண்டு சிலிர்த்தேன்...! பின்னர்,

என் மனதில் கவிதை அருவியாக

கொட்டியது

இது தான் காதலா அன்பே.?

காதல் மட்டுமே வாழ்க்கை இல்லை

ஆனால் காதல் இல்லாமல் யாருக்கும் வாழ்க்கை

நிறைவில்லை..!

வெங்கடேஷ்

என்னவள்

அவள் மனம் எதிர்பார்த்து காத்திருந்தது...

அவள் அந்த வாசனையால் மட்டும் ஈர்க்கப்படவில்லை

நான் சமைக்கும் பக்குவத்திலும் ஈர்க்கப்பட்டாள்.....

அன்பால் அவளுக்கு பிடித்தமான உணவை

நான் சமைக்கையில் அவள் என்மீது மட்டுமல்ல

அந்த உணவின் மீதும் காதல் வயப்பட்டாள்....

நான் சமைத்த உணவு உன்னும் போது

அவள் அளவு பார்த்தோ,

சுற்றம் பார்த்தோ உண்ண தேவையில்லை....

உணவின் மீது காதல் கொண்டு விரும்பி உண்ணுவதால்

பலருக்கும் அவள் கேலி பொருள் ஆகலாம்

ஆனால் அதற்காக அதன்மீதான,

காதலை மாற்றிட இயலுமோ?

பிடித்தவளுக்காக சமைத்த உணவு மட்டும்

அவளுக்கு பிடிக்காமல் போய் விடுமோ!

தனுஷ்மதி சுரேஷ்

ஏன் இந்த பாகுபாடு?

இயற்கையின் படைப்பில்
அனைவரும் சமம் என்பது
ஐந்தறிவு உயிரினங்களுக்கு
கூட தெரிந்திருக்க,
ஆறறிவு கொண்ட
மனிதனுக்கு ஏனோ
தெரியாமல் போனது..
உயர்ந்தவன் தாழ்ந்தவன்
ஏழை பணக்காரன்
கறுப்பு வெள்ளை என
மனிதர்களுக்கு மட்டும்
ஏன் இத்தனை பாகுபாடு..?

மகிழ்

ஓய்வில்லா பறவைகள்

அல்லும் பகலும் அலைந்து
ஆங்காங்கே ஓய்வெடுத்து
இளைப்பாற இடமின்றி
ஈ போல சுற்றித்திரிந்து
உறக்கமின்றி உலாவி
ஊர் ஊராய் ஊர்வலமிட்டு
எதையும் எதிர்க்கொண்டு
ஏறுபவர்களை பாதுகாத்து
ஐய்யமின்றி சென்று
ஒருநாளும் ஓய்வின்றி
ஓசையெழுப்பிக் கொண்டு
ஔடதம் உட்கொண்டாவது
எஃகு போல இருப்பவன் அவன்,
நெடுஞ்சாலை பறவையாய் ஓட்டுனர்களும்
வாகனங்களும்...

சுந்தர் முத்துக்குமரன்

கடந்தான் காதலை

வீரம் பொதிந்த அழகனவன்!..
விண் வியக்கும் ஆச்சரியமவன்!..
மனம் அடிமை அவனில்லை!..
மக்கள் பேசும் புறமில்லை!..
நாள் தங்கிய தழும்பது!..
நான் நனைந்த இசையது!..
காதல் கடத்திய காரிகை,
கண்ணில் அமர கண்டானே!.

கண் பார்த்த தூரத்திலே,
களவும் மின்னிட மயக்கினாளே!..
அடிமை எனக்கு சொந்தமில்லை!..
எனை ஆண்டு ஆகிட்டாளே!..
கனவாய் சென்ற பொழுதெல்லாம்,
கடந்து பொறுப்பாய் மாற்றினாளே!..
இவளோடு விரல் கோர்க்க,
விந்தை இவனுக்கு காலம் வருமா?..

இவள்,

கலாம் நேசகி அபிதா

கண்ணாடி நிறைந்த அறையில்

நான்கு பக்க சுவற்றில் பலவகை முகங்கள்.

சுற்றிலும் பளபளவென பளிச்சென்று மின்னியது.

எங்கும் எதிலும் என் முகமே!

பார்க்கும் இடமெல்லாம் என் பிரதியே!

சில நேரங்களில் சிலிர்த்து போனேன்.

பல நேரங்களில் சலித்துக் கொண்டேன்.

அப்போது தான் என் மனதிற்கு புரிந்தது.

எத்தனை முறை பார்த்தாலும் நான் நானே!

ஆனால் எண்ணங்கள் யாவும் வெவ்வேறு விதங்கள்.

பல கேள்விகள் எழுந்தது அந்த அறை முழுதும்.

கடந்தகால நினைவுகள் வந்து செல்லவே!

நிகழ்கால கனவுகள் என் நெஞ்சில் நின்றது.!

ரசனை கலந்த நாயகனுக்கு ரசிக்க தெரியவில்லை.!

நடப்பது நாடகமல்ல என் வாழ்க்கையென்று.!

அதில் என்னை சித்தரிப்பதும் ஒரு கண்ணாடியே.!

MachJoke

கண்ணீருடன் புள்

அகிலமெங்கும் நான் திரிவேன்
அடைக்கும் வேலி எனக்கில்லை.
கண்டம் தாண்டி நீங்கள் செல்ல
வேண்டும் நுழைவு அனுமதி.
என் சிறகு கொண்டு நான் பறந்தால்
தொடுவேன் அந்த முழுமதியை.
சீறிப்பாயும் காற்று கூட என்னோடு உறவாடும்
ஆனால் சிக்னலுக்காக நீ வைத்த கோபுரம்
என் உயிர் பறிக்கும்.
உன் தொழில்நுட்பம் சிறக்க
என் இன்னுயிர் பலியானது.
எனக்கு பேசும் திறனில்லை
உங்கள் அலைப்பேசிகளால் இன்று நானே இல்லை..
உங்கள் குழந்தைகளின் கொஞ்சுமொழி ரசிக்கும் நீங்கள்
என் குஞ்சுகளின் மொழிகேட்க வாய்ப்பளிப்பீறா?

முத்துபரமேஸ்வரி.பா

கருங்குயிலின் கானம்

இதமான அதிகாலைப் பொழுதில்
கதிரவன் கண்விழிக்கும் நேரத்தில்
கடிகார ஒலிகளுக்கு இடையில்
அடர்ந்த இலைகளுக்கு நடுவில்
கூடு கட்டத் தெரியா பறவையின்
குக்கூ எனக் கூவும் ஓசை
தேநீர் அருந்தும் காலை வேளையில்
தேனிலும் இனிய கருங்குயிலின் இன்னிசை
ஆண் குயில் கூவும்
இனிமையான ஓசையினைக் கேட்டு
பெண்ணின் குரலுக்கு உவமையாய்
பலரும் பாடினர் பாட்டு
இசைக் கலைஞர்களும் வியந்து பார்க்க
இயற்கை மீட்டிய இசைகளினுள் நீயும்
ஒன்றோ என் கருங்குயிலே...

உயிர்த்தெழு நதியா

கற்பின் குமுறல்

உடை விலக
இடை ரசித்தாயே
பத்துமாத பதுங்குழி
மறந்தாயோ?
மங்கையின் மாரிலே
மயக்கமென்றாயே
குருதிப்பால் குடித்ததை
மறந்தாயோ?
தாயை தரிசனம் செய்கிறாய்
தங்கையை தாங்கி நிற்கிறாய்
தனித்துவ தாரம் வேண்டுகிறாய்
தாகம் தணிக்கமட்டும்..,
இக்காரிகையைத்
தேடுவதேனோ..?

காவியா ரவிச்சந்திரன்

காதல்

மெல்லிய இசையை விடவும்!
குயிலின் ஓசையை விடவும்!
மழலையின் குரலை விடவும்!
என் இனியவள் இசைக்கும்
காதல் விருப்ப இசை அழகு!
இந்த பெண் நிலவின் முகம்கான
அந்த வெண்ணிலாவும்,
தோற்றுபோகும்!
அவள் பேச்சில்,
இசையும் வெட்கப்படும்.!
அவள் கண் அழகை காண
எழில் கொஞ்சும் இயற்கை
தவம் இருக்கும்!
இந்த பெண் கவிதை கவிஞனின்
அன்பை ஏற்குமா?

இதய தூரிகன்

காலாவதியான காதல்

கன்னியவளின் காதல்
கனியென அமுதமாகி
கண்ணனின் மடியில்
களைப்பாற சாய்ந்தபோது
கயவன் அவனோ
கத்திக்கொண்டு பூப்பறிப்பதுபோல்
கடத்திய மனதை
களையென அறுத்தெறிந்தான்.

கம்மலை ரசித்து
கதையிட்ட அவனே
கசமென நேசத்தையும்
கசக்கிய காகிதமாக்கினான்.

கறைபட்டதோ! கடவுளின்
கண்பட்டதோ! தெரியவில்லை
கரையுடைந்த கண்ணீரில்
கரைந்த என்காதலும்
கணப்பொழுதில் காலாவதியானதே.

மாயாதி

காற்றின் மகிமை

உருவம் காண விழைகிறேன்!
உன்னை காண முடியவில்லை!
தோற்றம் எங்கே நானறியேன்!
முடிவும் எங்கே நானறியேன்!
புயலாய் வந்து பாய்கின்றாய்!
தென்றலாய் வந்து தவழ்கின்றாய்!
சூறாவளி போல் சுழல்கின்றாய்!
சோர்வு என்பது உனக்கில்லை!
மேகம் கூட செய்கின்றாய்!
மழையை புவியில் தருகின்றாய்!
நினையா பொழுது வருகின்றாய்!
நன்மை எல்லாம் தருகின்றாய்!
மூச்சில் உயிராய் நுழைகின்றாய்!
பேச்சில் மொழியாய் வருகின்றாய்
உலகம் உள்ள வரையிலும்!
உன்னை நாங்கள் மறவோமோ!

திருநெல்வேலி *S.K.*சதிஸ்.

ஞாபகப்பறவை

காற்றில் கலந்து நாசி தொடும் வாசனையில்...
கால் தடவிச் செல்லும் அலைநுரையில்...
காதில் கேட்கும் கானவரிகளில்....
யாரோ ஒருவரின் அலைபேசி மணியொலியில்....
கடந்து செல்லும் ஒருவரின் பெயரில்....
கண்முன்னே படபடக்கும் பட்டாம்பூச்சியில் நிலவு
மௌனித்திருக்கும் இராப்பொழுதில்...
மனமெங்கும் வியாபித்திருக்கும் தனிமையின்
நிசப்தத்தில்....
உயிருடனிருப்பதை உணர்த்தும் இதயத்துடிப்பில்.....
சில்லென தேகந்தொடும் மழைத்துளியில்...
விழியோரம் நீர் கசிய இதழ் இசைக்கும்
புன்னகையில்.....
புல்நுனியில் சிலிர்த்தெழும் புதுப்பூவில்...
குவளை நனைத்த கடைசிச்சொட்டு தேநீரில்...
இத்தனையிலும் சிறகடித்துக் கொண்டே இருக்கிறது,
நீ எனும் ஞாபகப்பறவை...

கை.பிரியா

தீராத ஆசை எப்போது தீருமோ

செந்தமிழில் செய்யுள் எழுதிட ஆசை வள்ளுவன்
போல...!
செந்தமிழில் காப்பியம் எழுதிட ஆசை
இளங்கோவடிகள் போல...!
செந்தமிழில் புதுக்கவிதை எழுதிட ஆசை பாரதி
போல...!
செந்தமிழில் புரட்சிக் கவிதைகள் எழுதிட ஆசை
பாவேந்தர் போல...!
பல பல ஆசைகள் எமக்கு...!
பலவற்றை படைத்திட ஆசை...!
இப்பிறவி போதாது போல எம் செந்தமிழில் உள்ள...!
காப்பியங்களையும்...!
காவியங்களையும்...!
கவிதைகளையும்...!
யாம் படிப்பதற்கே...!
படித்து படித்து எந்தன் இதழும் களிப்படைய ஆசை...!
மீண்டும் யாம் இம்மண்ணிலே பிறக்க வேண்டும்...!
இறைவா எனக்கு இன்னொரு பிறவிக்கொடு
மன்றாடி கேட்டு கொள்கிறேன்...!
எம் செந்தமிழ் அமுதை முழுவதும் அருந்திட...!

தெட்சிணாமூர்த்தி.ந

தென்றல் தேவதை

கஞ்சம் இல்லா உன் அன்பில்
என் நெஞ்சம் முழுவதையும் சமர்ப்பிக்கிறேன்,
தென்றல் காற்றில் தேன் நிலவில்,
உலாவும் மனம் உயிர் பெற்று,

கனாவில் கலையாக சிலைவுற்று
பொண்ணால் அலங்கரிக்காவிடில்
என் உயிரால் அலங்கரித்து,
கரை படாது உன்னில்
காவியமாக காப்பேன்,

மஞ்சள் மேகத்தில்
மோகத்தை,
மேனியின் போர்வையில்
வெட்கத்தை,
படர்ந்த தாவரத்தில்
பசுமையான பாசத்தை,
நிலத்தின் நீரோட்டமாக
உணர்வை கவரக் கண்டேன்...

மு.முஹம்மது உமைர்

நட்பு

ஆண் பெண் என்ற
வேறுபாடும் இல்லை
ஜாதி மதம் என்ற
வேறுபாடும் இல்லை
ஓடி ஆடிய காலம் அது
சுவை இல்லையென்றாலும்
ஒற்றுமையின் சுவையில்
உண்ட கூட்டாஞ்சோறின் வாசம்
இயற்கையைக் கொண்டு உருவாக்கி
விளையாடியக்கடை விளையாட்டுகள்
பள்ளி , கல்லூரி, வாழ்க்கை என்ற
நதிகளில் இறுதி வரை
காதலாய் அல்லாமல்
உயிராய் தொடரும்
ஓர் அற்புதமான உறவு நட்பு.

மு.ஹர்ஷினி

நிறைவேறா கனவு

அன்புக்கு ஏங்கும் உயிராய்!
ஆசையை அடைய இயலா,
இன்னல் மழை உற்றாய்!
ஈசலாக சுற்றிய எனக்கு,
உண்மை விளங்கவில்லை!
ஊமை சித்திரம் போல்,
எங்கும் நிறைவேறா கனவுமழை!
ஏன் இந்த ஏமாற்றநிலை?
ஐக்கியமாகும் துன்பச் சாலை,
ஒன்றும் இல்லா வாழ்க்கை,
ஓசையின்றி ஓடிக் கொண்டிருக்கிறது,
ஓடுதலுமின்றி உயிரை எடுக்கும்,
அஃது ஒரு ஆழ்கடல்!
துன்பம் நிறைந்த கடல்,
இந்நிலை மாறுமென எண்ணி,
நிறைவேறா கனவுகளுடன் நான்!
கிறுக்கியின் காவிய கிறுக்கல்கள்

மதுமித்ரா.ந

நினைவுகளில் நிதானம்

நிகழ்காலத்தின் நிர்பந்தத்திலும்...
சில உன்னதமான நிகழ்வுகளின்
நினைவலைகள் ஓய்வதில்லை...!
நினைவுகள் சற்று வித்தியாசமானவை..
நித்திரையில் கனவாவதும் உண்டு...
நித்திரைப்பறித்து நிற்கதியாக்குவதும் உண்டு...!
நினைவுகளின் நிலையோ நிர்ணயமற்றது..
ஏனோ நிகழ்காலத்தை நெகிழ வைப்பதும் உண்டு...
நிகழ்காலத்தை நிலைகுலைய வைப்பதும் உண்டு...!
நினைவுகளை நம் நிழலாக்க முயற்சித்தால்..
கடந்தகால சுகங்களையெல்லாம்..
நிகழ்கால துக்கமாக்கவும் வல்லது...!
நினைவுகள் நிரந்தரமானவையே எனினும்..
நித்தம் நினைவுகளில் திளைக்காமல்..
சற்று நிதானத்துடன் நிகழ்காலத்தை நமதாக்குவோம்..!!

சுபா

நீ - நான்

நிலவாய் நீ - உன்னை சுற்றும் நட்சத்திரம் நான்..
மலையாய் நீ - காத்திருக்கும் பூமியை நான்
நிலவாய் நீ - காதல் ஜோடியாக நான்
ஒரு இமையாய் நீ - மரு இமையாய் நான்
விழியாய் நீ - விழியோரம் கண்ணீராய் நான்
கண்களாய் நீ - பார்வையாய் நான்
நெஞ்சமெல்லாம் நீ - நேசமெல்லம் நான்
உயிராய் நீ - சுவாசாமாய் நான்
இசையாய் நீ - வரியாய் நான்
உணர்வாய் நீ - கணவாய் நான்
நினைவாய் நீ - நினைவெல்லாம் நான்
ஆசையாய் நீ - கர்வமாய் நான்
கவிதையாய் நீ - பேனாவாய் நான்
நடையாய் நீ - நீளும் பாதையாய் நான்
உயிரில் கலந்த உறவு நீ - உன் நினைவால் கவிஞன்
நான்.. நீ - நான்!

Sre Hariprasadh S.M

நீண்ட பயணம்...

அ எனத் தொடங்கும் முன்னே...?

ஆங்கில மொழியை பயிற்றுவித்து..!

விரல் விட்டு கூட்டும் முன்னே.?

கணிப்பொறியில் கணக்கை முடித்து!

விண்மீனை அண்ணாந்து காணும் முன்னே?

விரல்நுனியில் அறிவியலை திணித்து வைத்து!

அகழாய்வில் வரலாறை அறியும் முன்னே?

தன் வரலாற்றையே முடிக்கும் மானுடா!

கற்கின்ற வயதுமோர் கபடமில்லா மனதுதான்.!

கடக்கின்ற பாதையோர் கற்களான மேடுதான்!

காண்கின்ற உலகுமோர் கனவுநிறைந்த பயணம்தான்!

எதையும் நாம் கொணரவில்லை இவ்வுலகினில்!

எதையும் நாம் இழக்கவில்லை இவ்வாழ்வுதனில்!

எல்லாமே விட்டுவைப்போம் எதிர்காலம்

காத்துநிற்போம்!

எல்லைகளை கடந்துசெல்வோம் எல்லையில்லா

பறவைகளாய்!

ஜெயஸ்ரீ பொன்னுச்சாமி

நேசமதில் வேசமில்லை

நேசமென்பதும் ஒருவகை போதைதானே!...
அதைக் கடந்து வாழ்பவனும் இங்கு ஞானிதானே!...
உன் காதலில் உறுதியான
உண்மையான பாசமெனில் ஊன்றி நில்!...
உலுத்துவிடுமெனில் உள்நுழையுமுன்னே
உதவாதென உதறிவிடு!...
உடன் வருவேன், உயிர் காப்பேனென ஊமை
மொழிகளால்
உருவமில்லா உள்ளமதை உருக்காதே!!...
உன்னில் நான், உன்னால் நானென
உவமைப் பொய்களால்,
நெஞ்சமதை வஞ்சம் வைத்து வதைக்காதே!!...
உளமாற பரிதவிக்கும் இருதயங்களின் அன்பு
உண்மையெனில் ஒருபோதும் உருக்குலையாது!!...
உருவங்கள் தேய்ந்தாலும்,
உணர்வால் வாழும்!...

கவிக்குயில் கண்மணி

பறவையின் லீலைகள்

தெனாவட்டா இல்லை திமிரா
தெளிவாக சொல்ல இயலவில்லை
தலைகணம் மிதப்பில் கழுகுகள்!
காதலனா இல்லை காதலியா
காதலிக்காமல் உன்னை இரசிக்கவில்லை
அழகின் போதையில் மயில்கள்!
வீரமா இல்லை விவேகமா
வீரர்கள் உனைப்போல் வெட்டியதில்லை
வலிமையின் ஆதிகத்தில் மரங்கொத்திகள்!
தூதா இல்லை பந்தயம்மா
தூள் கிளப்பாமல் வென்றதில்லை
வாழ்வில் வசியமுள்ள புறாக்கள்!
நடைபாதையா இல்லை சாலையா
நகர்ந்து நாட்களை கடக்கவில்லை
வேகத்தடை இல்லாத பறவைகள்!

பொன்.கலையரசன்

பெண்

அழியும் உலகைத் தெளிந்த அறிவைக் கொண்டு
ஆளப் பிறக்கையில் - ஓர் நடுக்கம்
கூரிய கண்ணோடு வீரிய சொற்களோடு
சென்ற வாழ்வில் பூத்தது புரியாத புதிர்
நடுக்கங்களின் நடுவில் தொடங்கியது
புதுவாழ்க்கை - அதில் சொல்வதைக்
கேட்க செவியுண்டு மனமில்லை
மன முதிர்ச்சிக்கு முன்பே திருமணம்
இருமனம் இணைய முறையற்ற ஓர் இரவு
தெளிந்த நீரோடை குலைந்தது -
கற்களாலும் கருத்துக்களாலும்
தெளிவதற்கு முனைகையில் ஓர் கணம்
மடியிலும் மனதிலும் குடிகொண்டது
இறக்கிவைக்க எண்ணாமல் - இன்னொரு
போராட்டத்திற்கு தயார் ஆனாள்
களைந்து எறியப்பட்ட சிறப்பிழந்த செல்வம்

Jayaprakash J

பெண்ணின் ஏக்கமும் ஆசையும்

சுற்றி திரியும்
பறவையாக
உலகை சுற்றித்திரிய ஆசை...

தன் தேவையை தானே செய்யும்
அக்குருவி போல நானே
சிறகடித்து பறக்க ஆசை...

கீழே எத்தனை முறை விழுந்தாலும்...
உயர உயர பறக்கும் அந்த பினீக்ஸ் போல
என் லட்சியத்தை விடாமல் காலம் முழுதும்
விண் நோக்கி பறக்க ஆசை...

குயில் போல
என் குரல் தனியே ஓங்கி ஒலிக்க ஆசை...

மயிலின் தோகை போல என் திறமையை அகிலம்
அறிவிக்க ஆசை...

அடுப்பரையிலே முடங்காமல்
தன்னம்பிக்கையோடு தலை நிமிர்ந்து நடக்க ஆசை...

இருளின் நேரத்திலும் தனியாக தலை உயர்த்தி
நடக்க ஆசை...

பல ஆசைகள் நெஞ்சில் புதைந்து இருக்க...
பெண்ணவளுக்கு நெடுஞ்சாலை பறவைகளாக சுற்றி
வர ஆசையோ ஆசை...

Vinothini Adaikkalasamy

பெண்மையே தனித்துவம்!

ஆணுக்கும் பெண்ணுக்கும்
அன்பில் என்னடா வேறுபாடு;
மஞ்சள் முகம் சிரிக்க
மத்தளம் கொட்ட -
மண்டபம் ஏறி,
மாலை மாற்றி -
மாங்கல்யம் வாங்கிக்கொண்டாள்!
மார்போடு உனை தாங்கிக்கொண்டாள்!
ஆனால் நீயோ;
பறக்கும் கனவுகளை எரியும்
அக்கினியில் எறியச் சொல்கிறாயே ஏனடா?
பெண்ணுக்கும் உண்டு தனித்துவம்
பேராற்றல் கொண்ட அவள்,
உன் மறுமுகம் மறவாதே!!
என்றும் கவிதைகளின் துணையுடன்!

மோ திவ்யாராஜ்குமார் (கவிதை பிரியை)

பொன்னான பூமி

மாயவனிடம் மந்திரம் ஒன்று கேட்டேன்
மனிதமுள்ள உலகமாக மாற்ற!
பசியாற பால் பிள்ளை ஏங்கியது,
காமப்பசியாறிய இருவர் செயலால்!
அன்னை அங்கே அழுக்காய் கிடக்கிறாள்,
பிள்ளையிங்கே பெண்டாட்டியிடம் வசப்பட்டதால்!
அப்பன் அங்கே அயராது உழைக்கிறான்,
மகனிங்கே மதுவோடு விளையாடுவதால்!
கருத்தான மாணவனுக்கும் அச்சாணி முறிந்தது,
காதலியின் காதல் குழியால்!
ஆட்சியாளர்களும் அவர்களின் வயிற்றை மறந்து,
அவசர சட்டங்களை இயற்றுகிறார்கள்!
இறைவனின் படைப்பில் இப்படிப்பட்ட நெஞ்சங்கள்
இனி உலகில் வேண்டாம்
போதுமடா சாமியிந்த பொன்னான பூமி!

வெ.நந்தகிருஷ்ணா

மகிழ்ச்சி

பல கோடிக்கு ஈடாகாதது
பல கோடிகளால் பிறக்கும்
பல கோடி மக்களால் பிறக்கும்
சாதனைகளால் பிறக்கும்
சிறு நிகழ்வுகளால் பிறக்கும்
அதனால் அடைவோம்
உச்ச நிலை விருப்பாண்டு
நிலைக்க இந்நிலை எனினும்
இதுவும் கடந்து போகும்
நிலை என்னிலைக்கும்
மருந்தாகும் நிலை
மகிழ்ச்சி என்னும் நிலை.

Srinivasan R

மறப்பேனா அவனை

அவனின் சிறிய குறும்புகளில் மிளிரும்
கன்னக்குழி அழகை காணவே ஏங்கும்
என் கண்களின் பசியை தீர்க்க...
அவன் இருக்கும் திசையை
மணிக்கணக்கில் தேடி அலையும்
என் கால்களை வேண்டுமென்றே அலையவிடும்!
அவனின் விளையிட்டுப்பார்வையில்
சின்ன சின்ன மோதல்களையும்
அழகிய காதலையும் தந்துவிட்டு
என் நண்பனாகவும், காதலனாகவும்
என்றும் இருப்பேன் என்ற
என்'னவன்!
இன்று என் கண்ணீரிலும் காகிதத்திலும் மட்டுமே
கரைந்து செல்கிறான்!
மறப்பேனா அவனை

பா.ரெபேக்கா நிவேதிதா

மாறுதல் வரும்

பிறந்த உடன் அழுகை
தாய் விரல் பட்ட உடன் புன்னகை...
மெல்ல மெல்ல என்னுள்ளும் எத்தன மாற்றங்கள்?...
வயது மாற்றம், வாலிப மாற்றம்,
ஹார்மோன்கள் மாற்றம், உணர்வுகள் மாற்றம்.
சின்னஞ்சிறு சிறுமியை குமரியாக பாவித்த பருவ
மாற்றம்.
நாட்கள் செல்ல செல்ல கவியில் காதல் மாற்றம்.
வளர வளர தனிமையிலும் இனிமை கண்ட மாற்றம்.
தன் இலக்கை அடைய வேண்டும் என்ற மாற்றம்...
திருமண நிகழ்வால் தாயாகவும் தியாகியாகவும் மாறிய
மாற்றம்
மகனின் குழந்தையை கொஞ்சியே நாட்கள் கழித்த
மாற்றம்...
ஏன்? வாழ்க்கையே மாற்றம்தான்...
இது என்னுள் நடந்த மாற்றம்...
எப்படி? எவ்வாறு? மாறும் என்று யாருக்கும் தெரியாது
மாறுதல் வரும் பொறுமையோடு காத்திரு

மோனிஷா.செ

முறை காதல்

குழந்தைப்பருவம் முதல் கூட்டுகுடும்பத்தில் நாம்
காலை உண்ணும் பழையசோறு முதல்
இரவு உறங்கும் பஞ்சுதலையணை வரை
அனைத்திற்கும் அடம்பிடித்து அடித்து விட்டு
கொடுத்து
சமாதானம் ஆகும் பிரியா நண்பர்கள்
நினைத்த இடத்திற்கெல்லாம் சேர்ந்தே பயணம்
நேரம் காலமின்றி பேசும் கதைகள்
உன் சிரிப்பொலி என்றும் என்காதில்
நீங்கா நினைவுகளுக்கு வேலை இல்லை
நித்தமும் என்னுடனே நீ இருப்பதால்
என்று தொலைந்தேனோ உன்னில் மாமா
நெடுஞ்சாலை பறவையாய், நிகழ்கிறது என்காதல்
வேலியில்லா நம்நட்பில் வேள்வித்தீயாய் வேகிறேன்
என்விழி காதல் என்று உணர்வாய்? பதில்காதல்
என்று பொழிவாய்? ஆவலுடன் அத்தைமகள்..

K. Hema

வாசிக்கபடா ஹைக்கூ

அவனாகதான் பிறந்தேம் அவளாக மாறுவோம்
என இமியளவும் நினைக்கவில்லை....
கருவில் சுமந்த தெய்வமும், கனவிலும்
நினைத்திருக்காது
ஒரு பால் முப்பாலாய் மாறுமென..
உடலுருவில் அறியா மாற்றம்
எங்கள் உணர்வுகளில் ஆக்ரமித்ததால்
இத்தனை ஏளன பேச்சுகளை கேட்டுக்கொண்டு
கி(க)டக்கிறோம்...
இறை தூரிகை வரைந்து கொண்டிருந்த ஓவியம்
முற்று பெரும் முன்னே தூரிகை உடைய மீண்டும்
தீட்ட மனமின்றி தூக்கி எறியப்பட்ட அரைகுறை
சிற்பம் நாங்கள்...
இறைவன் எழுதிய கவிதை எழுத்துப்பிழையானதால்
வாசிக்கப்படாத ஹைக்கூ...
ஹார்மோன்கள் செய்யும் மாற்றங்களை இயல்பென்றே
இதயங்கள் ஏற்காததால்
பெற்ற அன்னையே அடித்துத் துரத்திய அபலைகள்..
வண்ண வண்ணமாய் சிரித்தாலும்...
ஆசையாய் தலையாட்டி அழைத்தாலும்...யார்
கைகளும் தொட்டு தீண்டாமல் ..
இருட்டு உலகில் இறுதிவரை வெளிச்சம் தேடி
வாழ்வை முடிக்கும் கன்னி கழியா நெடுஞ்சாலை
பறவைகள் நாங்கள்....

திருச்சி தென்றல்.நா.பிரவீன்

வாழட்டும் விவசாயி

சாப்பாடு போட்டவன்
கூப்பாடு போடுரான்
மண்ணின் மன்னன்
மண்ணோடு மாய்கிறான்
உழவனே மருத்துவன்
உணவே மருந்து
உணர்ந்து அருந்து
பூசாதே காவிசாயம்
வளரட்டும் விவசாயம்
தலைமையே தலைசாயி
வாழட்டும் விவசாயி
வள்ளுவன் வழியில்
அறம் கற்றோம்
பாரதி வழியில்
ரௌத்திரமும் அறிவோம்

பா.பரதன்

வாழும் வரை போராடு

பகைமை வென்று கயமை கொன்று
வாகைசூடி மகிழ்வது மட்டும் வாழ்வன்று
வேதனையும் சோதனையும் கடந்து வந்து
சாதனை படைப்பதும் வாழ்க்கை அன்று

தோல்வி கண்ட பின்னாலும் தளராது
மல்லிகையாய் மலர்ந்த முகத்தோடு வலம்வந்து
எள்ளிநகையாடி எடுத்தெறிந்து பேசியவர் முன்னே
துள்ளிபல சாதனை படைப்பதுதான் வாழ்க்கை

அன்னையின் கருவில் உருவான அன்றே
தன்னம்பிக்கைப் பயணத்தைத் தொடங்கியவன் நீ,
எண்ணத்திலும் செயலிலும் என்றும் இதைநிறுத்தி

உம்பெருமை ஊர்பேசும் நாள் வரை
ஐம்புலனை நீயடக்கித் துஞ்சாது பணியாற்று
அழுது முடங்கியது போதுமடா மனிதா
வாழும் வரை போராட வாடா....

நட்புடன்,
கவிச்சிற்பி.நா.அருண் பிரசாத்,
திருச்சி.

வாழ்வியலின் சேமிப்பு - சிரிப்பு

நம்மிடமிருந்து வெளிப்பட்டதும்
அதீத அளவில் திரும்ப பெறும்
ஒரே பண்பு சிரிப்பே!
குழந்தையின் சிரிப்பில் குறைகள் மறந்து
தங்கையின் சிரிப்பில் தன்னை மறந்து
அன்னையின் சிரிப்பில் உலகை மறந்து
தந்தையின் சிரிப்பில் துன்பம் மறந்து
சுற்றத்தார் சிரிப்பில் சாதியை மறந்து
நண்பனின் சிரிப்பில் உறவை மறந்து
காதலியின் சிரிப்பில்
இவையனைத்தையும் மறந்திட்டேன்!
ஏனெனில் இவ்வுலகில் எவரிடமும்
பளீரென ஒளிப்பது சிரிப்பு ஒன்றே!
வஞ்சனையிலும் தென்படாத சிரிப்பை
வஞ்சகமில்லாமல் வழங்கிடுவோமே!

ஹேமந்த் (சொல்லப்படாத வரிகள்)

விவசாயம்

அனல் தெறிக்கும் சூரியன்.!

கருமை நிற தேகம்....

ஒட்டிய அடிவயிறு...

இடுப்பில் சுற்றிய அழுக்கு வேட்டி!

வழுக்காத வளைந்த வரப்பு.....

தலை கணத்த நெற்கதிர்....

இனி வயிறு வற்றாது

கடன் குறையும் என்ற

விவசாயிகளின் ஏக்கம்....!

அடுத்த நாள் அறுவடையென மனதுக்குள் நாள்

குறித்து.....!

வீட்டிற்குள் அடி வைக்கும் முன்

அண்ணாந்து வானில் சிறகடிக்க.!

மனதோ எண்ணற்ற மகிழ்ச்சி எல்லையில்லா எழுச்சி...

தாலி வைத்து விதை வாங்கி..

கலைபிடிங்கி காலால் மிதித்த...

கதிரவன் தன் முகம் காட்ட

நெற்றிச் சுவட்டில் வியர்வை வழிய

வயல் நோக்கி வேக நடையோடு..!

முகவை.செ.வாஹினி

வெற்றி பாதை

முடிந்தவரை முயற்சி செய் என்பது மூடத்தனம்,
மூச்சு உள்ளவரை முயற்சி செய் என்பதே மூலதனம்.
மூழ்கி விட்டோம் என வருந்தாதே,
மூச்சு இருக்கு என்று முயன்று விடு.
விழுந்து விட்டோம் என ஓய்ந்து விடாதே,
விழுந்த வேகத்தில் எழுந்து ஓயாமல் ஓடு.
தோல்வி ஓராயிரத்துக்கு துவண்டு விடாதே,
வெற்றி ஒன்றிருக்கு என்பதை மறந்து விடாதே!
கனவுகள் கலைந்து போகுமோ என்று பயந்து விடாதே,
காலங்கள் காத்திருக்கு என்பதை மறந்து விடாதே!
எதிர்மறையாய் நினைப்பதை விட்டு விடு,
எதிர்த்தே வென்று விடுவேன் என்று எழுந்திடு!
பாதைக்காக நெடுங்காலம் காத்திருகாதே,
உனக்கான நெடுஞ்சாலை நீயே அமைத்திடு!
அதிலே பறந்திடு!!

சதாக்ஷி. சி

வேளாண்சட்டம் எதிர்க்கும் விவசாயி

விவசாயம் செய்ய விவாதம் செய்கின்றனர் விவாயிகள்!
உழுது தன் இரத்தம் சிந்தி விதை விதைத்து.....
உயிர்களுக்கு உணர்வு கொடுக்கும் விவசாயிகள்!
அவர்களின் உணர்வுகளை அவமானப்படுத்தும்
அதிகாரிகள்!!....
அறிவியல் வளர்ச்சியை தேடுகிறது தேசம்.....
அறிமுக வளர்ச்சியை அழிப்பதற்காக!!........
உனக்கு உயிர் தந்த விவசாயம்......
உனக்கு உணவு தந்த விவசாயம்!!....
கண் முன் அவமதிக்கப்படுகிறது....
கண் இருந்து குருடானாய் நீ!!...
உணவுக்கு மட்டும் கை எடுக்கும் நீங்கள்.....
விவசாயின் கோரிக்கைக்கும் கைக்கொடுக்க
வேண்டும்!!
கவிழ்ந்த நெற்கதிரையும் நெற்மணியையும், நிமிர்ந்து
எடுக்க....
விவசாயிக்கு குரல் கொடுப்போம்....
விவசாயத்தை மீட்டெடுப்போம்.!

கார்த்திகா

ஜன்னலோர பயணம்

வழியெங்கும் மலர்வனம் ; வந்தமரும் வண்டினம்
வசந்தத்தின் புதுமணம் ; வரவேற்கும் கடலோசை
வழிநெடுவே மரங்களுடன் விழிமூடி என் பயணம்
வருடமெல்லாம் உழைத்ததும் வாடகைக்கே போனது
வட்டிக்கு கட்டியே வாழ்க்கையும் போனது
வரி என்ற பேர்சொல்லி மீதியும் போனது
வந்தவன் போனவனெல்லாம் ஆண்டுப் போக
வறுமையும் ஏழ்மையுமே மொழியாகிப் போனது
வசதியான நாளைமட்டும் கனவிலே தேடித்தேடி
விரக்தியில் தேய்கிறது இன்றையும் நாளையும்
நானும் ஒரு நெடுஞ்சாலை பறவை
நாளின் பாதியை பறவையாய் கழிக்கிறேன்
ஜன்னலோர பேருந்து பயணம்
நடுத்தர இளைஞனின் வாழ்க்கை....

சுடலை முத்து ராஜா. பெ